iskola - ilé-ìwé	2
utazás - ìrìn àjò	5
közlekedés - ọkọ̀	8
város - ìlú	10
táj - ẹlẹ́bùú	14
étterem - ilé oúnjẹ	17
szupermarket - ibi ìtajà	20
italok - ohun mímu	22
étel - oúnjẹ	23
gazdálkodás - oko	27
ház - ilé	31
nappali - yàrá ìgbé	33
konyha - ilé ìdáná	35
fürdőszoba - ilé ìwẹ̀	38
gyerekszoba - yàrá ọmọdé	42
ruházat - aṣọ	44
iroda - ọfisi	49
gazdaság - ọrọ̀ ajé	51
foglalkozások - àwọn iṣẹ́ ààyò	53
szerszámok - àwọn irinṣẹ́	56
hangszerek - àwọn irinṣẹ́ orin	57
állatkert - ibi ẹranko	59
sportok - àwọn eré ìdárayá	62
tevékenységek - àwọn iṣẹ́	63
család - ẹbí	67
test - ara	68
kórház - ilé ìwòsàn	72
vészhelyzet - pàjáwìrì	76
föld - Ayé	77
óra - aago	79
hét - ọ̀sẹ̀	80
év - ọdún	81
alakzatok - àwọn ìrísí	83
színek - àwọn àwọ̀	84
ellentétek - òdì	85
számok - nọ́mbà	88
nyelvek - àwọn èdè	90
ki / mi / hogyan - tani / kínni / báwo	91
hol - níbo	92

Impressum
Verlag: BABADADA GmbH, Nedderfeld 112 , 22529 Hamburg
Geschäftsführer / Verlagsleitung: Harald Hof
Druck: Books on Demand GmbH, In de Tarpen 42, 22848 Norderstedt

Imprint
Publisher: BABADADA GmbH, Nedderfeld 112 , 22529 Hamburg, Germany
Managing Director / Publishing direction: Harald Hof
Print: Books on Demand GmbH, In de Tarpen 42, 22848 Norderstedt

iskola
ilé-ìwé

(osztályterem — yàrá ìkàwé)
(oszt pínpín)
(asztal — pẹpẹ)
(tanár — olùkọ́)
(iskolaudvar — yáàdì ilé-ìwé)
(papír — pépà)
(toll — kálàmù)
(íróasztal — dẹ́sìkì)
(vonalzó — rúlà)
(írni — kọ̀wé)
(könyv — ìwé)
(tanuló — akẹ́kọ̀ọ́)

iskolatáska
òrá

tolltartó
àpò pẹ́nsùrù

ceruza
pẹ́nsùrù

ceruzahegyező
olùgbẹ́ pẹ́nsùrù

radír
rọ́bà

rajzfüzet
bọ́tìnnì yíyàwòrán

iskola - ilé-ìwé

rajz
yíyàròwán

ecset
burọ̣si ọdà

festőkészlet
àpótí ọdà

olló
sisọsi

ragasztó
gúlù

munkafüzet
ìwé iṣẹ́

házi feladat
iṣẹ́ àmúrelé

szám
nọ́mbà

összead
àfikún

kivon
àyọkúrò

szoroz
ìsọdipúpọ̀

számol
ṣírò

betű
lẹ́tà

ABC
alábídí

szó
ọ̀rọ̀ sísọ

iskola - ilé-ìwé

szöveg
ọrọ kíkọ

olvasni
kàwé

kréta
ṣọọ̀kì

tanóra
ìkẹ́kọ̀ọ́

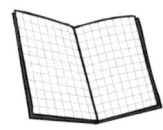
napló
forúkọsílẹ̀

vizsga
ìdánwò

bizonyítvány
ìwé-ẹ̀rí

iskolai egyenruha
aṣọ ilé-ìwé

oktatás
ẹ̀kọ́

enciklopédia
ìwé ìmọ̀

egyetem
yunifasiti

mikroszkóp
ẹ̀rọ gbohùngbohùn

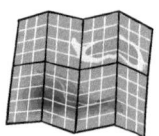
térkép
àwòrán àgbáyé

papír-hulladék gyűjtő
agbọ̀n ìdalẹ̀nù

iskola - ilé-ìwé

utazás
ìrìn àjò

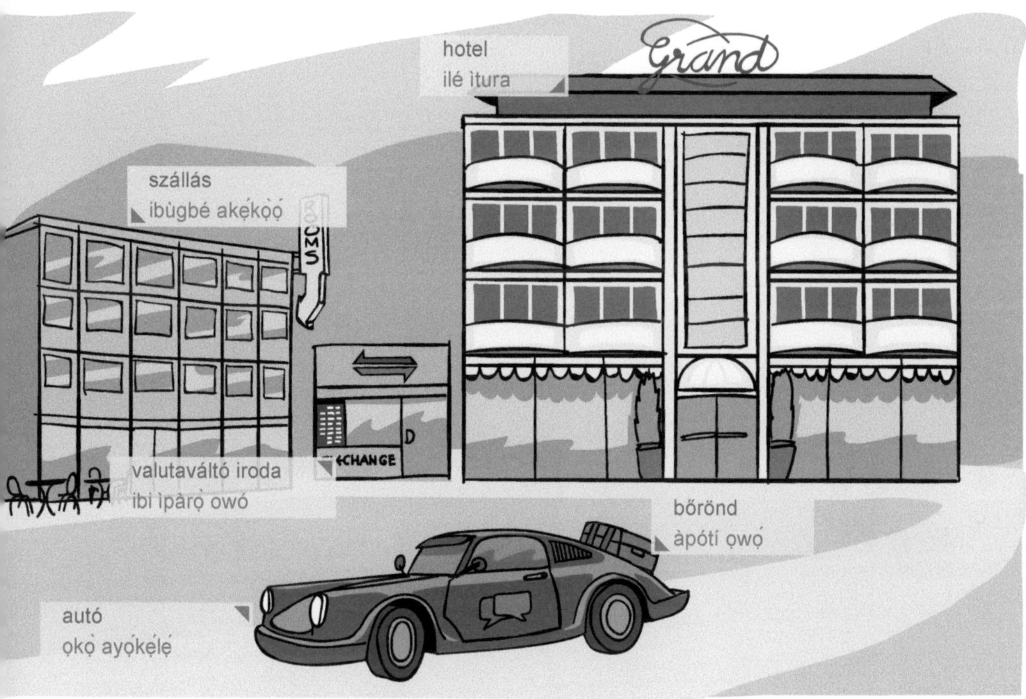
hotel
ilé ìtura
Grand
szállás
ibùgbé akẹ́kọ̀ọ́
ROOMS
valutaváltó iroda
ibi ìpàrọ̀ owó
EXCHANGE
bőrönd
àpótí ọwọ́
autó
ọkọ̀ ayọ́kẹ́lẹ́

nyelv

èdè

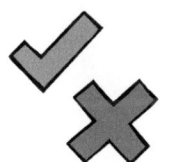

igen/nem

bẹ́ẹ̀ni / bẹ́ẹ̀kọ́

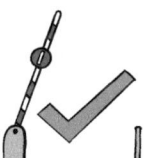

rendben

Ó dára

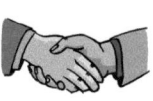

szia

ẹpẹ̀lẹ́

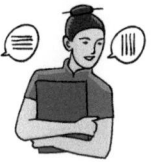

fordító

olùtúmọ̀ èdè

köszönöm

O ṣeun

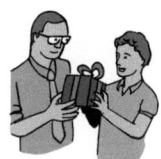

mennyibe kerül…?	nem értem	probléma
èló ni… ?	Kò yé mi	ìṣòro

Jó estét!	jó reggelt!	jó éjszakát!
Ẹ káalẹ́!	Ẹ kaarọ!	Ẹ káalẹ́!

viszontlátásra	útirány	poggyász
ódìgbà	ìtọ́ni	ẹrù-ẹni

táska	hátizsák	vendég
báàgì	àpò ẹ̀yìn	àlejò

szoba	hálózsák	sátor
yàrá	báàgì ibùsùn	àgọ́

utazás - ìrìn àjò

turista információ
àlàyé arìnrin àjò

strand
òkun

hitelkártya
káàdì arọ́pò owó

reggeli
oúnjẹ àárọ̀

ebéd
oúnjẹ ọ̀sán

vacsora
oúnjẹ alẹ́

jegy
tikẹti

lift
ìgbésókè

bélyeg
èdìdí

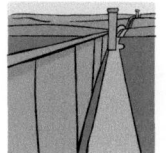
határ
àlà

vám
àwọn àṣà

nagykövetség
ibi ìwé ìrìnà

vízum
fisa

útlevél
ìwé ìrìnà

utazás - ìrìn àjò

közlekedés
ọkọ̀

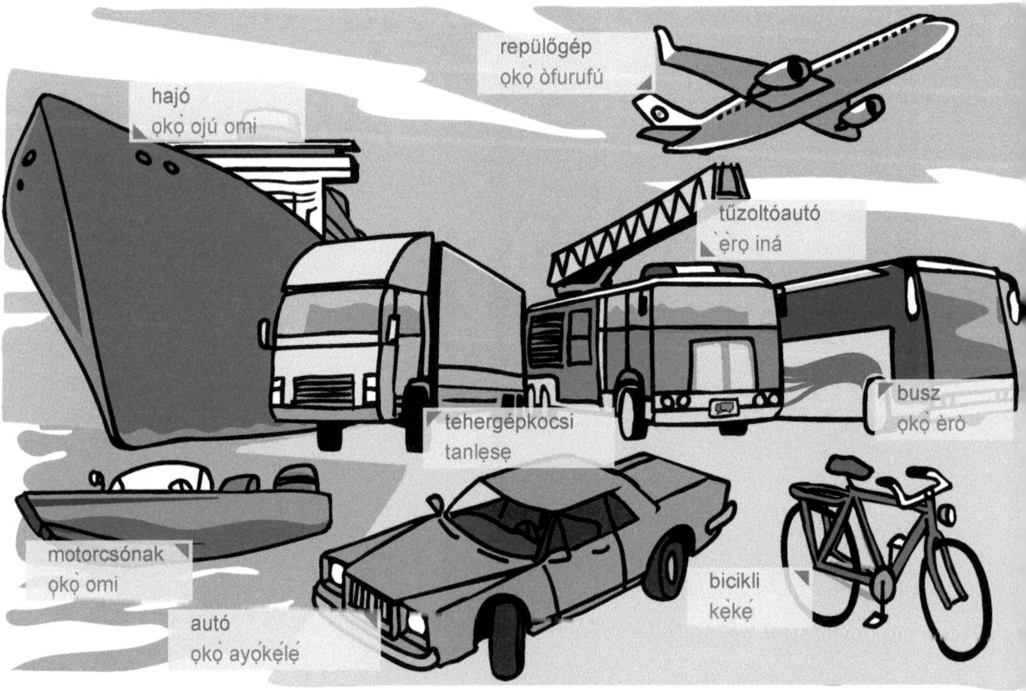

repülőgép
ọkọ̀ òfurufú

hajó
ọkọ̀ ojú omi

tűzoltóautó
ẹ̀rọ iná

tehergépkocsi
tanlẹsẹ

busz
ọkọ̀ èrò

motorcsónak
ọkọ̀ omi

autó
ọkọ̀ ayọ́kẹ́lẹ́

bicikli
kẹ́kẹ́

komp
ọpán

csónak
ọpọ́n ojú omi

motorkerékpár
atapùpù

rendőrautó
ọkọ̀ ọlọ́pàá

versenyautó
ọkọ̀ ìsáré

bérautó
ọkọ̀ yíyá

| telekocsi | vontató | szemetes autó |
| àpínlò ọkọ̀ | ìgbọ́kọ̀ | ọkọ̀ dída ilẹ̀ nù |

| motor | üzemanyag | benzinkút |
| manto | epo | ilé epo |

 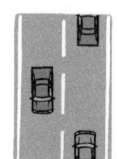 

| közlekedési tábla | forgalom | forgalmi dugó |
| àmì ìwakọ̀ | ìwakọ̀ | súnkẹrẹ |

 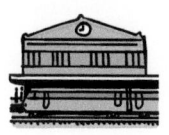 

| parkoló | vonatállomás | sínek |
| ibi ìgbọ́kọ̀sí | ibùdókọ̀ ojú irin | àwọn òpópó |

 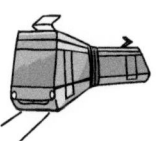 

| vonat | villamos | vagon |
| ọkọ̀ ojú irin | ọkọ̀ ori ilẹ̀ | ẹrù |

közlekedés - ọkọ̀

helikopter
ẹlikọputa

repülőtér
ibùdókọ̀ òfurufú

torony
òpó

utas
èrò

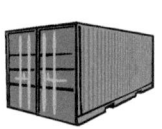
konténer
ibi ìpamọ́

kartondoboz
katun

taliga
apẹ̀rẹ̀

kosár
agbọ̀n

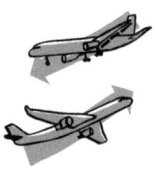
felszáll / leszáll
gbéra / balọ̀

város
ìlú

falu
abúlé

városközpont
àárín ìlú

ház
ilé

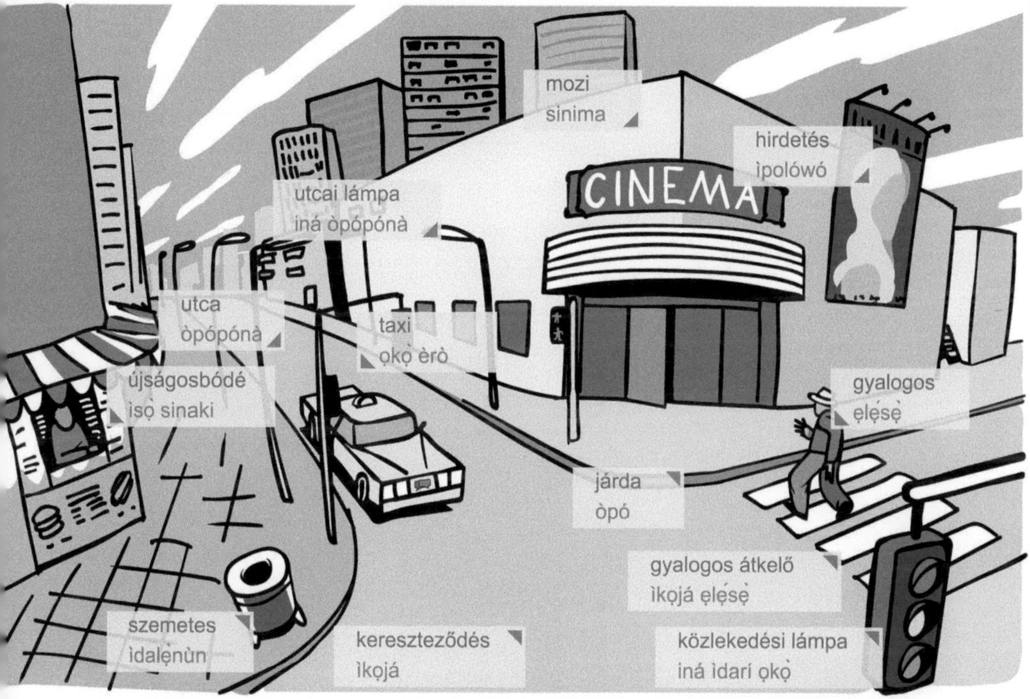

mozi — sinima

hirdetés — ìpolówó

utcai lámpa — iná òpópónà

utca — òpópónà

taxi — okọ̀ èrò

újságosbódé — isọ sinaki

gyalogos — ẹlẹ́sẹ̀

járda — òpó

gyalogos átkelő — ìkọjá ẹlẹ́sẹ̀

szemetes — ìdalẹ́nùn

kereszteződés — ìkọjá

közlekedési lámpa — iná ìdarí ọkọ̀

kunyhó

abà

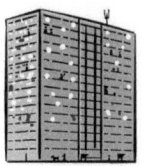

lakás

filati

vonatállomás

ibùdókọ̀ ojú irin

városháza

ojúde

múzeum

musiọmu

iskola

ilé-ìwé

város - ìlú

egyetem
yunifasiti

bank
ilé ìfowópamọ́

kórház
ilé ìwòsàn

hotel
ilé ìtura

gyógyszertár
olùta ògùn

iroda
ọfisi

könyvesbolt
ìsọ̀ ìwé

üzlet
ìsọ̀

virágüzlet
òdòdó

szupermarket
ibi ìtajà

piac
ọjà

áruház
ibi ẹka iṣẹ́

halárus
ibi ẹja

bevásárló központ
ibi ìrajà

kikötő
bèbè omi

város - ìlú

park
ibi ìgbafẹ́

pad
àga

híd
afárá

lépcső
àgàsọ̀

metró
abẹ́ ilẹ̀

alagút
ihò ilẹ̀

buszmegálló
ibùdókọ̀

bár
ilé ọtí

étterem
ilé oúnjẹ

postaláda
àpótí ifìwéránṣẹ́

utcatábla
àmì òpópónà

parkoló óra
mita ìgbọ́kọ̀sí

állatkert
ibi ẹranko

uszoda
ibi ìwẹ̀

mecset
mọ́ṣáláṣí

város - ìlú

gazdálkodás	környezetszennyezés	temető
oko	ìdọ̀tí	ibi ìsìnkú

templom	játszótér	szentély
ilé ìjọsìn	ibi ìṣeré	tẹmpili

táj
ẹlẹ́bùú

- levél — ewé
- útjelző tábla — ajúwe
- út — ọ̀nà
- rét — ilẹ̀ koríko
- kő — òkúta
- fa — igi
- túrázó — olùrìn
- folyó — odò
- fű — kóriko
- virág — òdòdó

táj - ẹlẹ́bùú

völgy
kòtò

domb
òkè

tó
adágún omi

erdő
aginjù

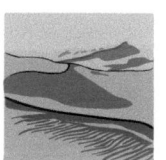
sivatag
aṣálẹ̀

vulkán
ilẹ̀ ríru

kastély
ibùgbé

szivárvány
òṣùmàrè

gomba
esun

pálmafa
ọ̀pẹ

szúnyog
ẹ̀fọn

légy
eṣinṣin

hangya
kòkòrò

méhecske
oyin

pók
alantakun

bogár	béka	mókus
làbọnlàbọn	ọ̀pọlọ́	òkẹ́rẹ́ ńlá

sündisznó	nyúl	bagoly
sẹ́sẹ́	òkẹ́rẹ́	òwìwí

madár	hattyú	vaddisznó
ẹyẹ	pẹ́pẹ́yẹ ńlá	ẹlẹ́dẹ́ igbó

szarvas	rénszarvas	gát
àgbọ̀nrín	àgbọ̀nrín ńlá	adágún

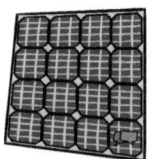

szélturbina	napelem	éghajlat
ọ̀pá afẹ́fẹ́	panẹẹ̀lì òrùn	ojú-ọjọ́

táj - ẹlẹ́bùú

étterem
ilé oúnjẹ

- pincér / agbóunjẹ
- menü / àkọsílẹ̀ oúnjẹ
- szék / àga
- leves / ọbẹ̀
- pizza / pisa
- evőeszköz / ọbẹ
- terítő / aṣọ tábìlì

előétel
ìpanu

főétel
oúnjẹ gangan

desszert
ìpanu lẹ́yin oúnjẹ

italok
ohun mímu

étel
oúnjẹ

üveg
ìgò

étterem - ilé oúnjẹ

gyorsétel	gyorsétel	teás kanna
oúnję kíá	oúnję òpópónà	abọ́ tii

 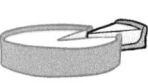 

cukortartó	adag	eszpresszógép
abọ́ ṣúgà	ìpín	èrọ ẹsipirẹso

bárszék	számla	tálca
àga gíga	ináwó oṣoṣù	tıre

kés	villa	kanál
ọbẹ	fọ́ọ̀kì	ṣíbí

teáskanál	szalvéta	pohár
ṣíbí tii	pépà ìnuwọ́	gilasi

étterem - ilé oúnję

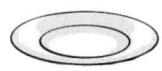
tányér
abọ

leveses tányér
abọ ọbẹ̀

csészealj
pẹlẹbẹ

szósz
ọbẹ̀

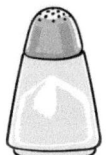
sószóró
kòkò iyọ̀

borsőrlő
ìlọta

ecet
fẹniga

étkezési olaj
òróró

fűszerek
èròjà

ketchup
kẹsọpu

mustár
mọsitadi

majonéz
mayonesi

étterem - ilé oúnjẹ

szupermarket
ibi ìtajà

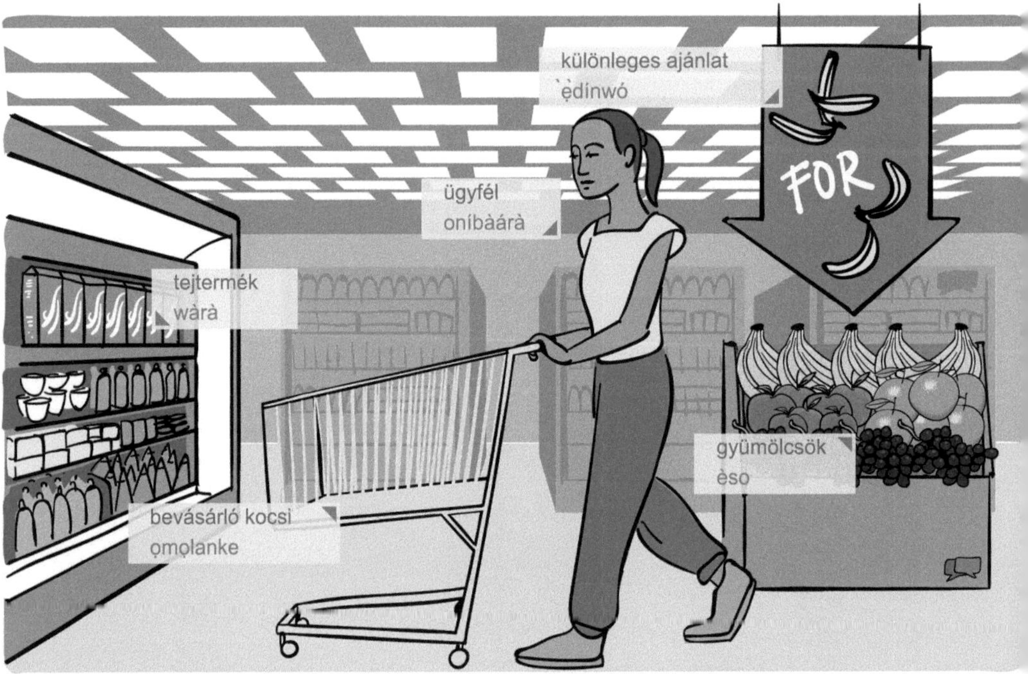

- különleges ajánlat — ẹ̀dínwó
- ügyfél — oníbàárà
- tejtermék — wàrà
- bevásárló kocsi — ọmọlanke
- gyümölcsök — èso

hentes
alápatà

pékség
beka

nyom valamennyit
wọ̀n

zöldség
ewébẹ̀

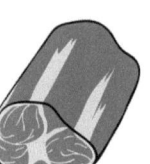

hús
ẹran

fagyasztott áru
oúnjẹ dídì

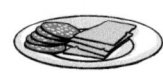
felvágott
ẹran tútù

konzerv
oúnjẹ agolo

mosópor
ọṣẹ ìfọṣọ

édességek
àdíndùn

háztartási termék
àgbéjáde ẹbí

tisztítószerek
ohun ìtọ́jú

eladó
olùtajà

pénztárgép
tili

eladó
akawó

bevásárló lista
àkójọ ìrajà

nyitva tartás
wákàtí ìbẹ̀rẹ̀

levéltárca
ìpamọ́

hitelkártya
káàdì arópò owó

zacskó
báàgì

műanyag zacskó
báàgì ọ̀rá

szupermarket - ibi ìtajà

italok
ohun mímu

víz
omi

gyümölcslé
omi èso

tej
wàrá

kóla
koki

bor
waini

sör
bia

alkohol
ọtí líle

kakaó
kòkó

tea
tii

kávé
kọfí

eszpresszó
ẹsipirẹso

kapucsínó
kapusino

étel
oúnję

| banán | alma | narancs |
| ò̩gè̩dè̩ | apu | ọsàn |

| sárgadinnye | citrom | sárgarépa |
| è̩gúsí | òronbò | karọti |

| fokhagyma | bambusz | hagyma |
| galiki | ọparun | àlùbọ́sà |

| gomba | magvak | nokedli |
| esun | è̩pà | nodu |

spagetti	rizs	saláta
sipajẹti	ìrẹsì	saladi

sült krumpli	sült burgonya	pizza
ìpanu	ànàmọ́ díndín	pisa

hamburger	szendvics	hússzelet
bọ́gà	sanwiṣi	ẹran sísun

sonka	szalámi	kolbász
ẹsẹ̀ ẹlẹ́dẹ̀	salami	sọseji

csirke	pecsenye	hal
ẹran ẹdìyẹ	sun	ẹja

étel - oúnjẹ

zabkása — oti ọreji

müzli — museli

kukoricapehely — confulakisi

liszt — iyẹfun

croissant — kirosanti

zsemle — rolu búrẹ́dì

kenyér — burẹdi

pirítós kenyér — dín

keksz — bisikiti

vaj — bọ́tà

túró — kọdu

sütemény — keki

tojás — ẹyin

tükörtojás — ẹyin díndín

sajt — ṣiṣi

étel - oúnjẹ

jégkrém
aisi kirimu

cukor
ṣúgà

méz
oyin

lekvár
jamu

mogyorókrém
àfira ṣokoleti

curry
kọri

étel - oúnjẹ

gazdálkodás
oko

parasztház — ilé oko
pajta — àká
szalmakazal — kóriko
mező — pápá
ló — àgbà ẹṣin
vontató — pọ́npọ́n
csikó — ẹṣin
traktor — katakata
szamár — ẹṣin
bárány — àgùntàn
juh — àgùntàn

kecske
ewúrẹ́

tehén
máàlù

borjú
ọ̀dọ́ àgùntàn

malac
ẹlẹ́dẹ̀

kismalac
ọmọ ẹlẹ́dẹ̀

bika
àgbò

liba
ọmọ pẹ́pẹ́yẹ

kacsa
pẹ́pẹ́yẹ

csibe
ọmọ adìyẹ

tojó
adìyẹ

kakas
àkùkọ

patkány
èkúté

macska
olóngbò

egér
eku

ökör
kẹ́tẹ́kẹ́tẹ́

kutya
ajá

kutyaház
ilé ajá

kerti öntözőcső
ọ̀pá ọgbà

öntözőkanna
abọ́ omi

kasza
scythe

eke
ọkọ́ irúgbìn

sarló
abẹ oko

kapa
ọkọ́

vasvilla
irinṣẹ́ kóriko

fejsze
àáké

talicska
wilibaro

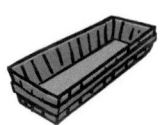
teknő
àgbá

tejes kancsó
abọ́ wàrà

zsák
àpò

kerítés
ògiri

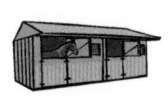
istálló
pẹpẹ oko

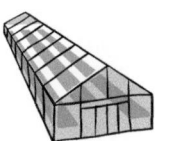
üvegház
ibi ìdáko

talaj
ilẹ̀

vetőmag
irúgbìn

trágya
ajílẹ̀

cséplőgép
àkópọ̀ olùkórè

gazdálkodás - oko

szüretelni
ìkórè

betakarítás
ìkórè

yamgyökér
işu

búza
bàbà

szója
soya

burgonya
ànàmọ́

kukorica
àgbàdo

repcemag
irúgbìn rapu

gyümölcsfa
igi èso

manióka
ẹgẹ́

gabona
jéró

gazdálkodás - oko

ház
ilé

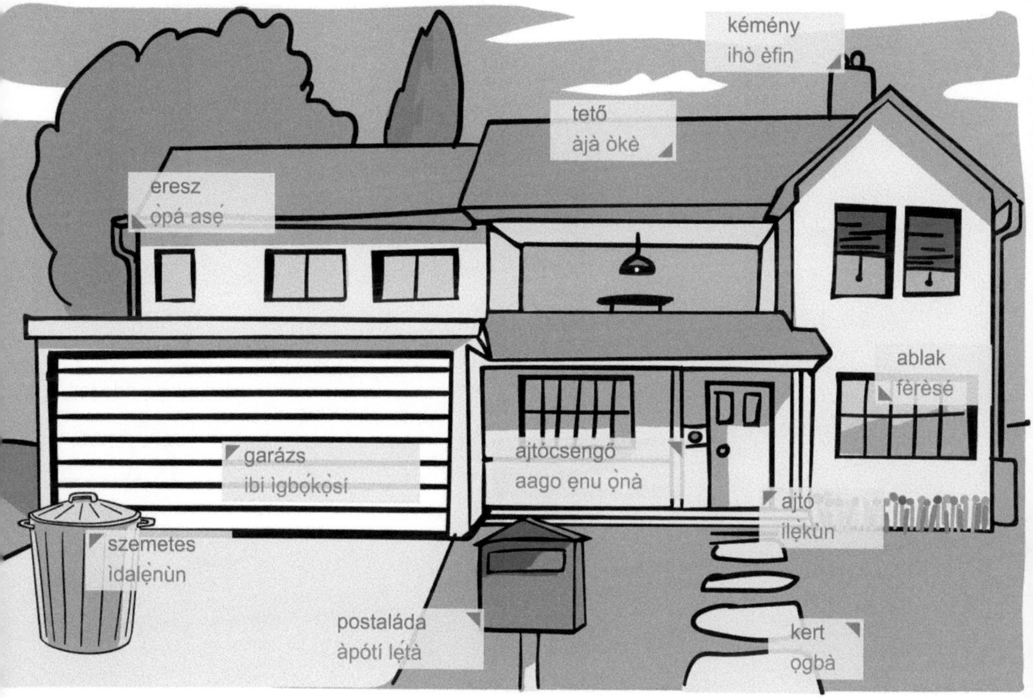

kémény
ihò èfín

tető
àjà òkè

eresz
ọ̀pá asẹ́

ablak
fèrèsé

garázs
ibi ìgbọ́kọ̀sí

ajtócsengő
aago ẹnu ọ̀nà

ajtó
ilẹ̀kùn

szemetes
ìdalẹ̀nùn

postaláda
àpótí lẹ́tà

kert
ọgbà

nappali

yàrá ìgbé

fürdőszoba

ilé ìwẹ̀

konyha

ilé ìdáná

hálószoba

yàrá ìbùsùn

gyerekszoba

yàrá ọmọdé

ebédlő

yàrá ìjẹun

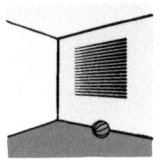

padló
ilẹ̀

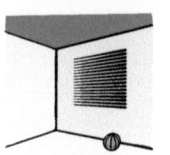

fal
ògiri ilé

plafon
àjà

pince
sẹla

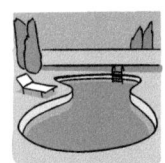

szauna
sauna

erkély
ọ̀dẹ̀dẹ̀

terasz
ọ̀nà

medence
ibi ìwẹ̀

fűnyíró
ẹ̀rọ ìgéko

lepedő
ojú-ewé

ágytakaró
aṣọ orí ibùsùn

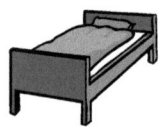

ágy
ibùsùn

seprű
ọwọ̀

vödör
garawa

kapcsoló
yípo

ház - ilé

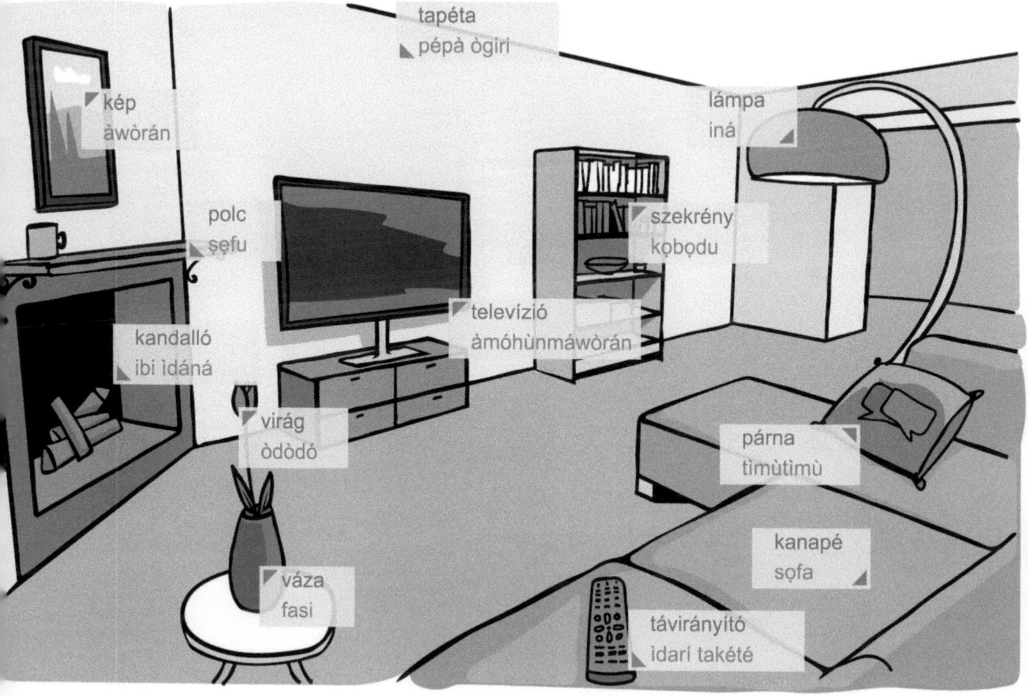

nappali
yàrá ìgbé

- tapéta / pépà ògiri
- kép / àwòrán
- lámpa / iná
- polc / ṣẹ́fù
- szekrény / kọ́bọ́dù
- kandalló / ibi ìdáná
- televízió / àmóhùnmáwòrán
- virág / òdòdó
- párna / tìmùtìmù
- váza / fasí
- kanapé / sofa
- távirányító / idari takété

szőnyeg
kapẹ́tì

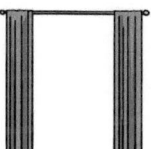

függöny
kọ́tìnì

asztal
tábìlì

szék
àga

hintaszék
àga amìtìtì

karosszék
àga ọlọ́wọ́

könyv
ìwé

takaró
aṣọ ìbora

dekoráció
ọṣọ́

tűzifa
igi idáná

film
fíìmù

hifi
irinṣẹ́ hi-fi

kulcs
kọ́kọ́rọ́

újság
ìwé ìróyìn

festmény
kíkunlé

poszter
àlẹ̀mọ́

rádió
redio

jegyzetfüzet
ìkọ̀wé

porszívó
ufa

kaktusz
kakitọsi

gyertya
àbẹ́là

nappali - yàrá ìgbé

konyha
ilé ìdáná

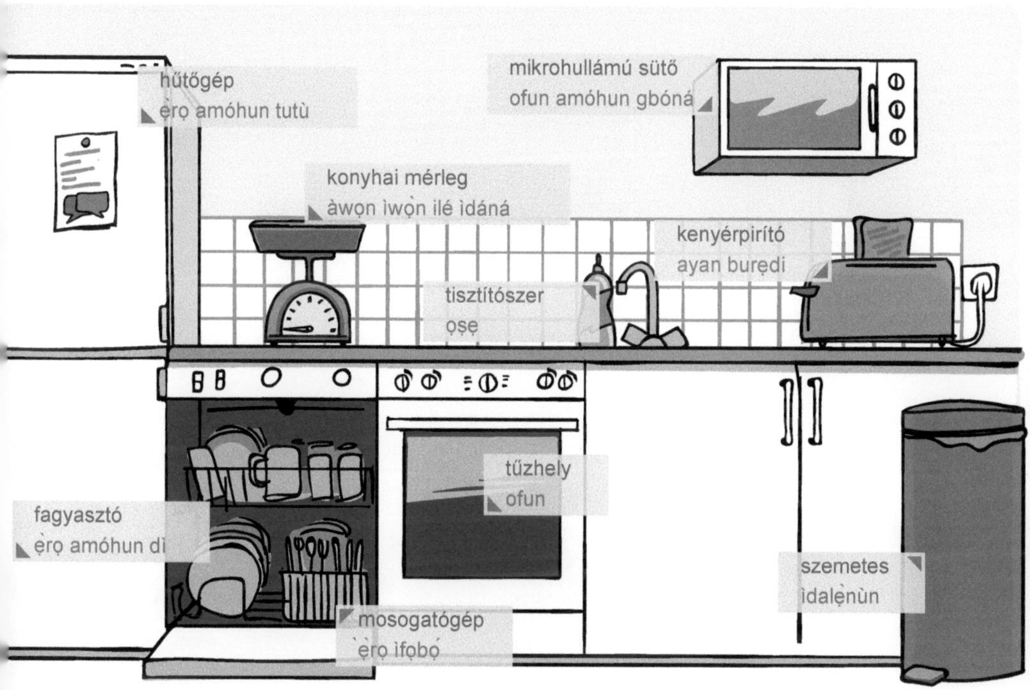

- hűtőgép — ẹrọ amóhun tutù
- mikrohullámú sütő — ofun amóhun gbóná
- konyhai mérleg — àwọn ìwọn ilé ìdáná
- kenyérpirító — ayan burẹdi
- tisztítószer — ọṣẹ
- tűzhely — ofun
- fagyasztó — ẹrọ amóhun dì
- szemetes — ìdalẹ̀nùn
- mosogatógép — ẹrọ ìfọbọ́

tűzhely
ìdáná

edény
ìṣasun

vasfazék
ìṣasun irin

wok / kadai
wok / kadai

serpenyő
panu

vízforraló
kẹturu

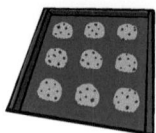

pároló
amoru

tepsi
pẹpẹ ìdáná

étkészlet
dídáná

bögre
ife gilasi

tálka
àdému

evőpálcika
igi ijẹun

merőkanál
ladu

keverőlapátka
ṣíbí kòtò

habverő
wiṣilṭi

szűrő
sitirena

szita
asẹ́

reszelő
gireta

mozsár
odó

grillsütő
àsun

kandalló
ibi ìdáná

konyha - ilé ìdáná

vágódeszka
pẹpẹ gígé

sodrófa
igi ilọ̀

dugóhúzó
kọkisukuru

doboz
agolo

konzervnyitó
olùṣí agolo

edényfogó
àdìmú iṣasun

mosogató
kòtò

kefe
burọṣi

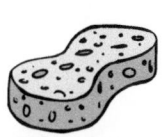
szivacs
kaninkanin

turmixgép
ẹ̀rọ ilọta

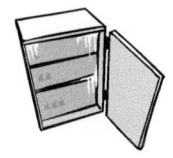
mélyhűtő
ẹ̀rọ amóhun dì oníkòtò

cumisüveg
ohun ìjẹun ọmọdé

csap
ẹnu ẹ̀rọ omi

konyha - ilé ìdáná

fürdőszoba
ilé ìwẹ̀

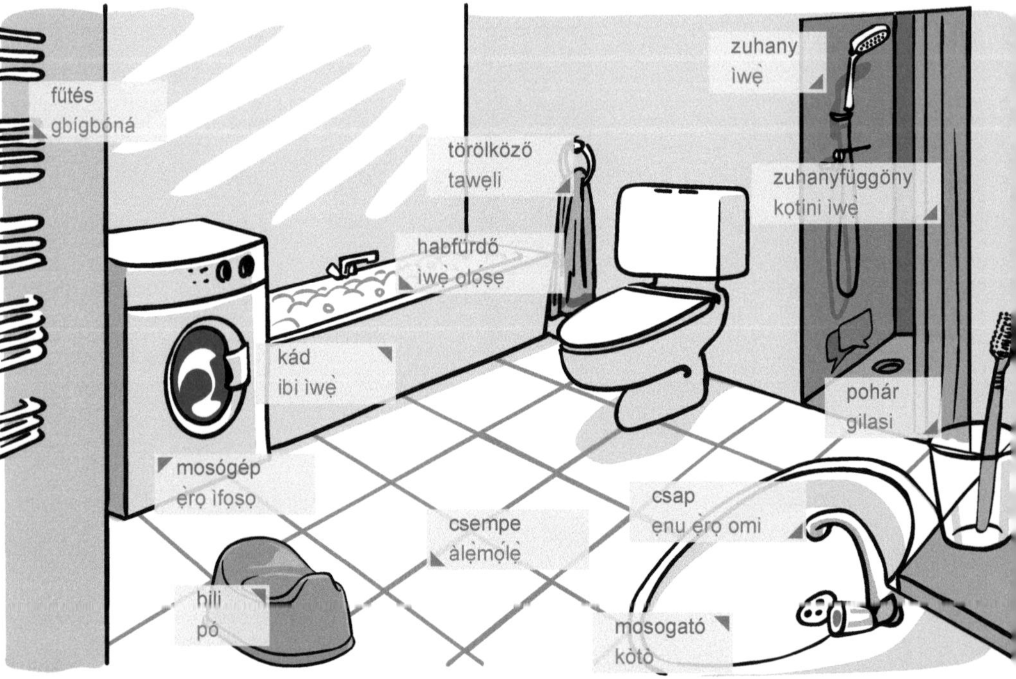

- zuhany / ìwẹ̀
- fűtés / gbígbóná
- törölköző / tawẹli
- zuhanyfüggöny / kọtini iwẹ
- habfürdő / iwẹ olóṣẹ
- kád / ibi ìwẹ
- pohár / gilasi
- mosógép / ẹrọ ifọṣọ
- csap / ẹnu ẹrọ omi
- csempe / àlẹmọ́lẹ́
- hili / pó
- mosogató / kòtò

toalett	guggolós toalett	bidé
ibi ìyàgbẹ́	ibi ṣálángá	bidẹti

piszoár	toalett papír	wc kefe
títọ̀	pépa ibi ìyàgbẹ́	burọṣi ìbi ìyàgbẹ́

fogkefe
igi ifọnu

fogkrém
ọṣẹ ìfọnu

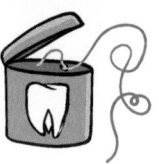

fogselyem
filọsi eyin

mosni
fọṣọ

kézi zuhany
ìwẹ̀ ọlọ́wọ́

intimzuhany
doṣi

mosdótál
basin

hátmosó kefe
burọṣi ẹ̀yìn

szappan
ọṣẹ

tusfürdő
gẹli ìwẹ̀

sampon
ọṣẹ irun

mosdókesztyű
filanẹni

lefolyó
sẹ́

krém
ìpara

dezodor
olóòrùn dídún

fürdőszoba - ilé ìwẹ̀

tükör
dingi

kézitükör
díngi ọwọ́

borotva
abẹ

borotvahab
fomu ifárungbọ̀n

borotválkozás utáni arcszesz
lẹ́yìn ìfarungbọ̀n

fésű
ìyarun

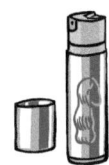

hajkefe
burọ́ṣì

hajszárító
agbẹrun

hajlakk
ìparun

smink
ìmúra

ajakrúzs
ìtọ́tè

körömlakk
faniṣi èkaná

vatta
òwú

körömvágó olló
sisọsi èkaná

parfüm
pafumu

fürdőszoba - ilé ìwẹ̀

neszesszer
báágì ìwẹ̀

sámli
àga

mérleg
ìwọ̀n

köntös
okùn ìwẹ̀

gumikesztyű
ìbọ̀wọ́ rọ́bà

tampon
tampun

egészségügyi betét
ìnuwọ́

vegyi WC
ṣálángá kẹmika

fürdőszoba - ilé ìwẹ̀

gyerekszoba
yàrá ọmọdé

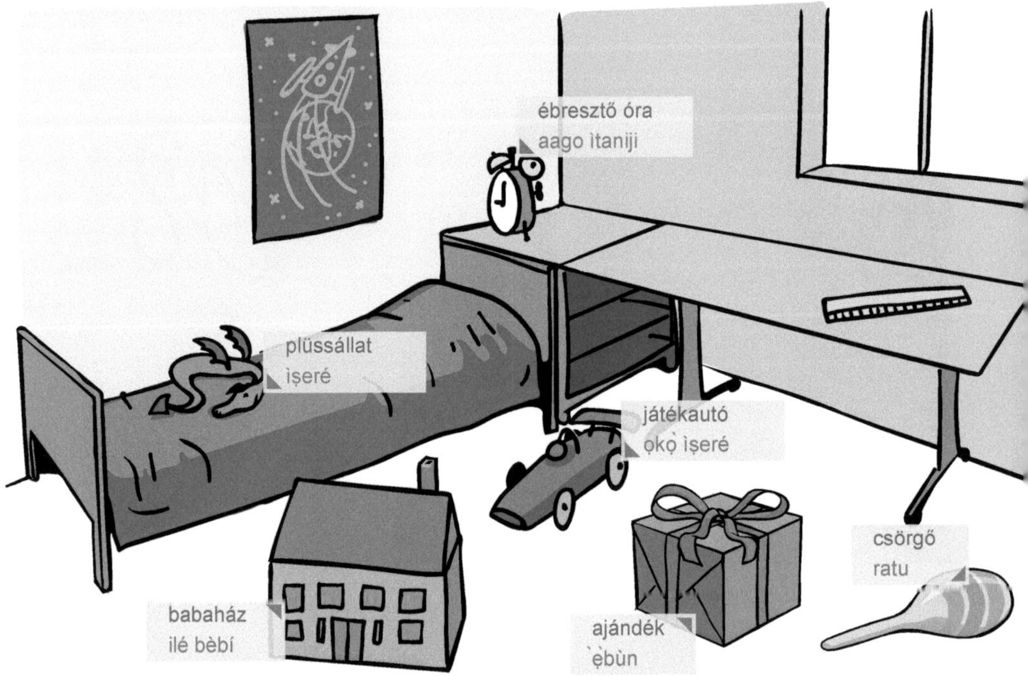

ébresztő óra
aago ìtaniji

plüssállat
ìṣeré

játékautó
ọkọ̀ ìṣeré

csörgő
ratu

babaház
ilé bèbí

ajándék
ẹ̀bùn

lufi
fèrè

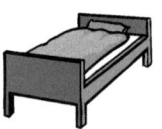

ágy
ibùsùn

babakocsi
ìgbọ́mọ

kártyapakli
àpapọ̀ káàdì

kirakós játék
ayùn

képregény
àwàdà

építőkockák	építőelem	szuperhős
àwọn biriki	ohun ìṣeré	figo ìṣe

 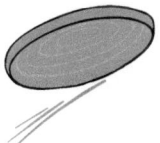 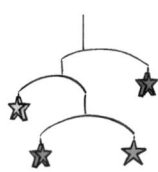

rugdalózó	frizbi	zenélő forgó
ìdàgbàsókè	firisibi	alágbèéká

társasjáték	kocka	modellvasút
eré pẹpẹ	daisi	àkópọ̀ ìkọ́ni àwọ̀ṣe

cumi	zsúr	képeskönyv
dọmi	ayẹyẹ	ìwé àwòrán

labda	baba	játszani
bọ́ọ̀lù	bèbí	ṣeré

gyerekszoba - yàrá ọmọdé

homokozó
kòtò yẹ̀pẹ̀

hinta
jangilofa

játékok
àwọn iṣeré

videójáték konzol
kọ́nsolu iṣeré fídíò

tricikli
ẹlẹ́sẹ̀ mẹ́ta

teddi maci
bèbí ọmọdé

ruhásszekrény
ibi ìkaṣọsi

ruházat
aṣọ

zokni
sọkisi

harisnya
sitọkin

harisnyanadrág
ṣòkòtò

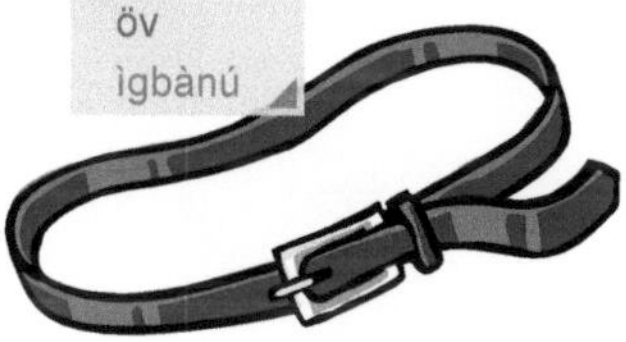

sál
sikafu

esernyő
agbòjò

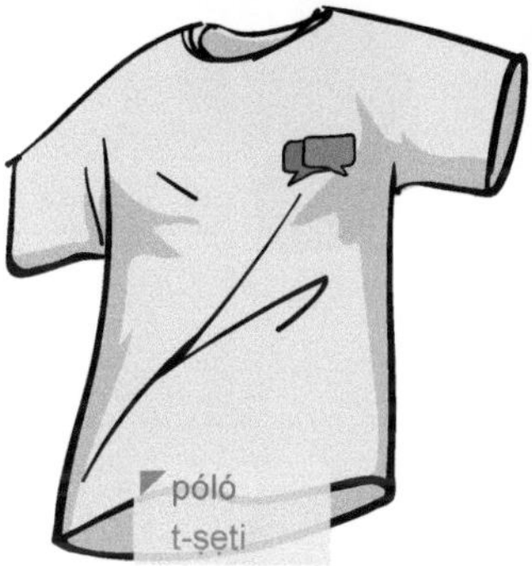

póló
t-ṣeti

öv
ìgbànú

csizma
bàtà

papucs
salubata

tornacipő
àwọn olùkọni

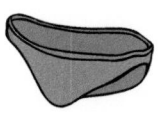		
szandál	cipő	gumicsizma
salubata	bàtà	bàtà òjò
alsónadrág	melltartó	mellény
pátá	kọ́mú	fẹsiti

ruházat - aṣọ

body
ara

nadrág
șòkòtò

farmer
kakí

szoknya
sikęti

blúz
bulausi

ing
șęti

pulóver
dúró

kapucnis pulóver
ìbòrí

blézer
așọ òkè

dzseki
așọ otútù

kabát
kotu

esőkabát
așọ òjò

kosztüm
ìmúra

ruha
wọșọ

esküvői ruha
așọ ìgbéyàwó

ruházat - așọ

öltöny
sutu

hálóing
aṣọ àwọ̀sùn

pizsama
pijama

szári
sari

fejkendő
gèlè

turbán
tọbanu

burka
bọka

kaftán
kafitani

abaya
abaya

fürdőruha
aṣọ ìwẹdò

fürdőnadrág
aṣọ àwọ̀sókè

rövidnadrág
penpe

tréningruha
kotu

kötény
aṣọ ìdáná

kesztyű
ìbọ̀wọ́

ruházat - aṣọ

gomb | szemüveg | karkötő
bọ́tìnnì | awò | ẹgbà ọwọ́

nyaklánc | gyűrű | fülbevaló
ẹgbà ọrùn | òrùka | gbígbọ́

sapka | vállfa | kalap
filà | ikọ́ kotu | àkẹtẹ

nyakkendő | cipzár | bukósisak
tai | sipu | koto

nadrágtartó | iskolai egyenruha | egyenruha
biresi | aṣọ ilé-ìwé | yunifọmu

48   ruházat - aṣọ

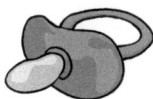

előke	cumi	pelenka
bibu	dọmi	ìlédìí

iroda
ọfisi

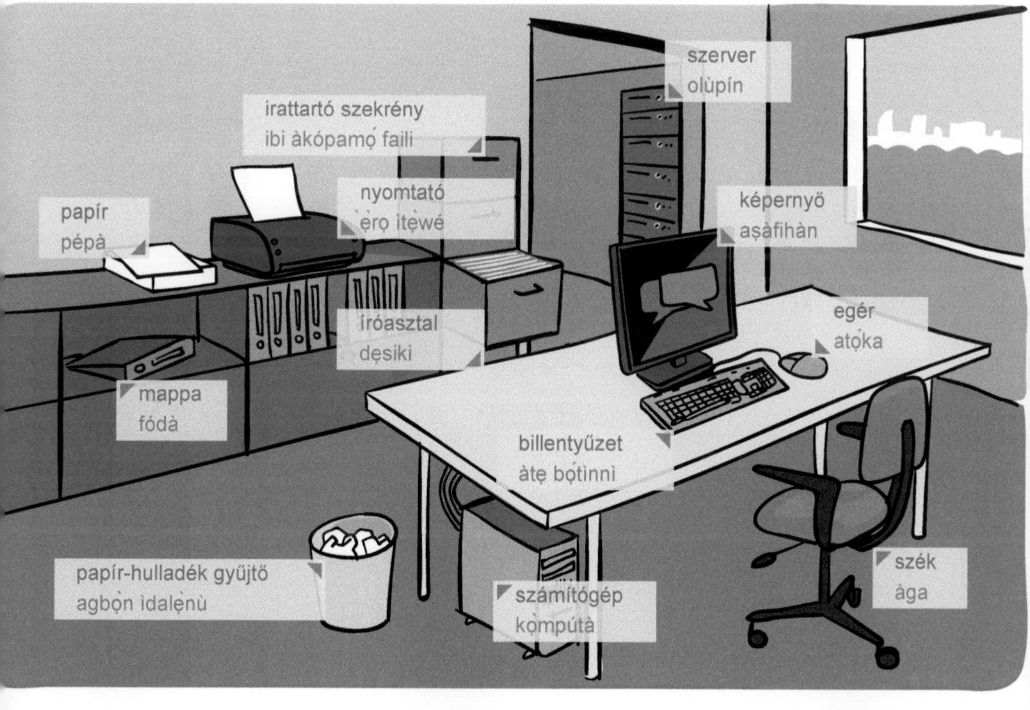

- szerver — olùpín
- irattartó szekrény — ibi àkópamọ́ faili
- nyomtató — ẹ̀rọ itẹ̀wé
- képernyő — aṣáfihàn
- papír — pépà
- íróasztal — dẹsiki
- egér — atọ́ka
- mappa — fódà
- billentyűzet — àtẹ bọ́tìnnì
- papír-hulladék gyűjtő — agbọ̀n idalẹ̀nù
- számítógép — kọmpútà
- szék — àga

kávéscsésze	számológép	internet
ife kọfí	ẹ̀rọ ìṣirò	ayélujára

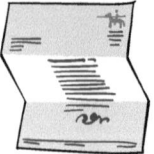

laptop | levél | üzenet
kọmpútà àgbélétan | lẹ́tà | ìfiránṣẹ́

mobiltelefon | hálózat | fénymásoló
alágbèéká | nẹ́tíwọ̀kì | ẹ̀rọ ẹ̀dà

szoftver | telefon | konnektor
sọftwia | ẹ̀rọ ìbánisọ̀rọ̀ | ihò iná

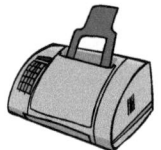
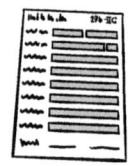

faxgép | formanyomtatvány | dokumentum
ẹ̀rọ fakisi | fọ́ọ̀mù | ìwé àkọsílẹ̀

iroda - ọfisi

gazdaság
ọrọ̀ ajé

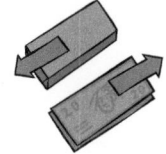
venni
rà

fizetni
sanwó

kereskedni
ṣòwò

pénz
owó

dollár
dọla

euró
yuro

jen
yẹni

rubel
rọbu

svájci frank
Siwisi frans

kínai jüan
renminbi yuan

rúpia
rupi

bankautomata
ibi owó

valutaváltó iroda	arany	ezüst
ibi ìpàrọ̀ owó	wúrà	fàdákà

olaj	energia	ár
epo	agbára	iye

  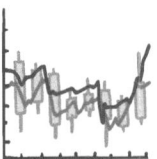

szerződés	adó	részvény
àdéhùn	owó orí	ìpín ojà

dolgozni	munkavállaló	munkaadó
ṣiṣẹ́	òṣìṣẹ́	agbani síṣẹ́

gyár	üzlet
ilé iṣẹ́	ìsọ̀

gazdaság - ọrọ̀ ajé

foglalkozások
àwọn iṣẹ́ ààyò

rendőr — ọ̀gá ọlọ́pàá

tűzoltó — panápaná

pilóta — awakọ̀ òfurufú

orvos — dókítà

szakács — adáná

kertész
ológbà

kárpitos
gbẹ́nàgbẹ́nà

varrónő
aránṣọ

bíró
adájọ́

vegyész
olóògùn

színész
òṣèré

buszsofőr
awakọ̀ èrò

taxisofőr
awakọ̀ èrò

halász
apẹja

bejárónő
omidan agbálẹ̀

tetőfedő
kanlékanlé

pincér
agbóunjẹ

vadász
ọdẹ

festő
akunlé

pók
olùṣe ìyẹ̀fun

villanyszerelő
aṣàtúnṣe iná

építőmunkás
akọ́lé

mérnök
amojú ẹ̀rọ

hentes
alápatà

vízvezeték-szerelő
pulọmba

postás
afiwé ránṣẹ́

foglalkozások - àwọn iṣẹ́ ààyò

katona
jagunjagun

építész
ayàwòrán ilé

eladó
akawó

virágos
olódòdó

fodrász
aṣerun lóge

kalauz
adarí èrò

műszerész
aṣàtúnṣe ọkọ̀

kapitány
adarí

fogorvos
olùtọ́jú eyin

tudós
onímọ̀ ìjìnlẹ̀

rabbi
olùkọ́ni

imám
imamu

szerzetes
mọnki

lelkész
òjíṣẹ́ Ọlọ́run

foglalkozások - àwọn iṣẹ́ ààyò

szerszámok
àwọn irinṣẹ́

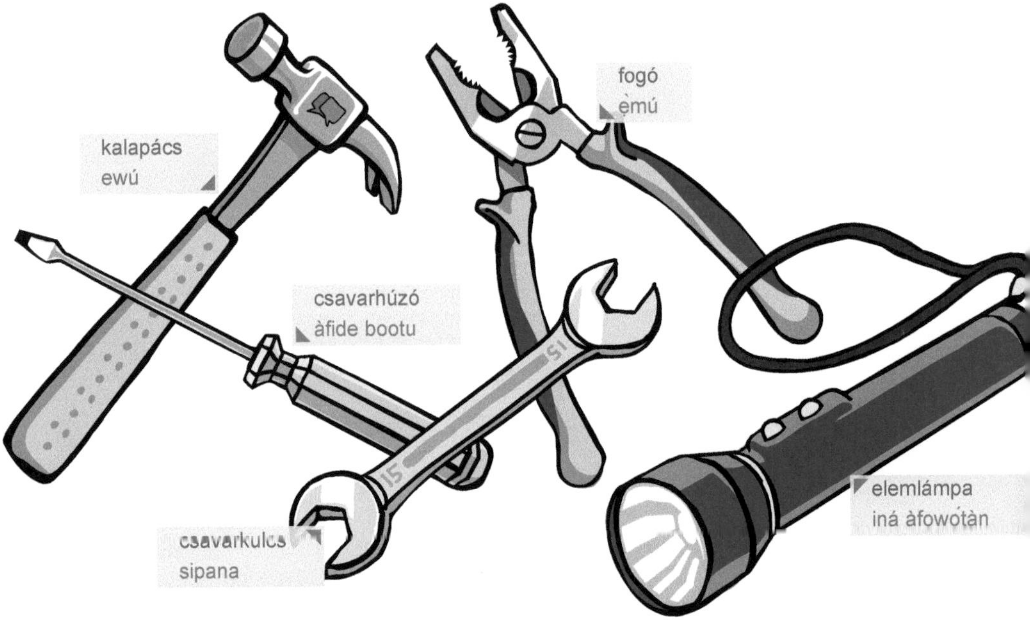

kalapács
ewú

fogó
ẹ̀mú

csavarhúzó
àfide bootu

csavarkulcs
sipana

elemlámpa
iná àfowọ́tàn

markológép
jiga

szerszámosláda
àpótí irinṣẹ́

vödör
àgàsọ

fűrész
ayùn

szög
èṣó

fúrógép
ìlu

megjavítani
túnṣe

lapát
ṣọ̀bìrì

A francba!
Adágún!

szemétlapát
igbá ìdọ̀tí

festékesdoboz
kòkò ọdà

csavar
bootu

hangszerek
àwọn irinṣẹ́ orin

dobfelszerelés
àkópọ̀ ìlù

trombita
fèrè

nagybőgő
baasi oníméjì

hangszóró
gbohùngbohùn

gitár
jita

zongora
dùrù

hegedű
faolin

basszusgitár
baasi

üstdob
timpani

dobok
àwọn ìlù

digitális zongora
kiibọdu

szaxofon
sasofonu

fuvola
fèrè ìpè

mikrofon
ẹ̀rọ gbohùngbohùn

hangszerek - àwọn irinṣẹ́ orin

állatkert
ibi ẹranko

- bejárat / iwọlé
- tigris / ẹkùn
- kalitka / ibi ìhámọ́
- zebra / àgbọ̀nrín
- állateledel / oúnjẹ ẹranko
- panda / panda

állatok
àwọn ẹranko

elefánt
erin

kenguru
kangaruu

orrszarvú
raino

gorilla
ọ̀bọ lagido

medve
biari

állatkert - ibi ẹranko

teve

kẹtẹkẹtẹ

strucc

ẹyẹ agùnlọrùn

oroszlán

kìniún

majom

ọbọ

flamingó

yọjayọja

papagáj

ayékòótọ́

jegesmedve

biari omi

pingvin

pinguin

cápa

ṣaki

páva

ọ̀kín

kígyó

ejò

krokodil

ọ̀nì

állatgondozó

olùtọ́jú ibi ẹranko

fóka

sili

jaguár

jagua

állatkert - ibi ẹranko

póniló	leopárd	víziló
poni	ẹkùn	ẹran omi

zsiráf	sas	vaddisznó
jirafi	àṣá	ẹlẹ́dẹ́ igbó

hal	teknős	rozmár
ẹja	ijàpá	wọrọsi

róka	gazella
kọlọkọlọ	gasẹli

állatkert - ibi ẹranko

sportok
àwọn eré ìdáraya

62 sportok - àwọn eré ìdáraya

tevékenység
àwọn iṣẹ́

- nevetni / rẹ́rìín
- ugrani / fò
- ölelni / dìmọ́
- sétálni / rìn
- énekelni / kọrin
- álmodni / àlá
- dicsérni / gbàdúrà
- csókolni / fẹnukò

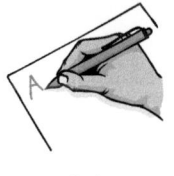

írni
kọ̀wé

rajzolni
yàwòrán

mutatni
fihàn

tolni
tì

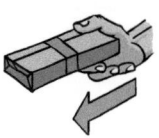

adni
funni

vinni
mú

birtokolni
ní

csinálni
ṣe

lenni
jẹ́

állni
dúró

futni
sáré

húzni
fà

hajít
jù

esni
ṣubú

hazudni
parọ́

várni
dúró

vinni
gbé

ülni
jókòó

felvenni
múra

aludni
sùn

felébredni
jí

tevékenységek - àwọn iṣẹ́

ránézni
wo

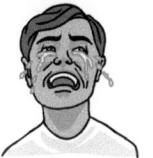

sírni
kígbe

simogat
ọpá

fésülni
ìlarun

beszélni
sọ̀rọ̀

megérteni
lóye

kérdezni
bèrè

hallgatni
tẹtí

inni
omi

enni
jẹun

takarítani
palẹ̀mọ́

szeretni
ìfẹ́

főzni
dáná

vezetni
wakọ̀

szállni
fò

tevékenységek - àwọn iṣẹ́

vitorlázni	számol	olvasni
ìgbín	şírò	kàwé

tanulni	dolgozni	házasodni
kọ́	ṣiṣẹ́	gbéyàwó
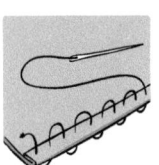	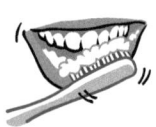	
varrni	fogat mosni	ölni
ránṣọ	fọ eyín	pa

dohányozni	küldeni	
mu sìgá	firánṣẹ́	

tevékenységek - àwọn iṣẹ́

család
ẹbí

- nagymama — ìyá ńlá
- nagypapa — bàbá ńlá
- apa — bàbá
- anya — ìyá
- kisbaba — ọmọdé
- lány — ọmọbìnrin
- fiú — ọmọkùnrin

vendég
àlejò

nagynéni
àbúrò ìyá

nagybácsi
àbúrò bàbá

fiútestvér
arákùnrin

lánytestvér
arábìnrin

család - ẹbí

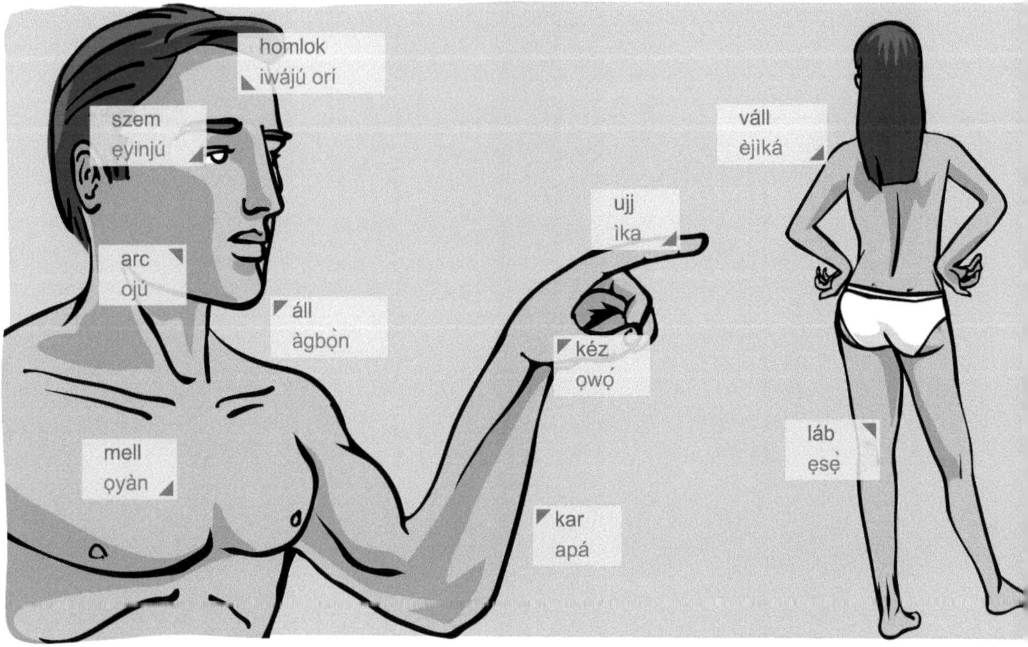

test
ara

homlok
iwájú orí

szem
ẹyinjú

váll
èjìká

ujj
ìka

arc
ojú

áll
àgbọ̀n

kéz
ọwọ́

láb
ẹsẹ̀

mell
ọyàn

kar
apá

kisbaba
ọmọdé

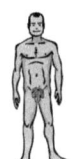

ember
ọkùnrin àgbà

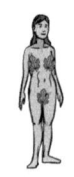

nő
obìnrin àgbà

lány
obìnrin

fiú
ọkùnrin

fej
orí

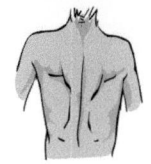

hát
ẹ̀yìn

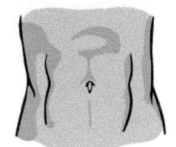

has
inú

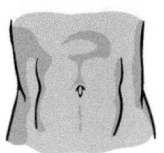

köldök
ìdodo

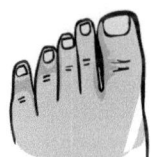

lábujj
ìka ẹsẹ̀

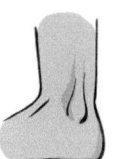

sarok
ẹ̀yìn ẹsẹ̀

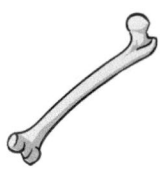

csont
egungun

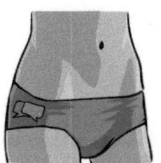

csípő
ìbàdí

térd
orúnkún

könyök
ìgúpá

orr
imú

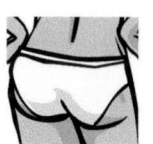

fenék
ìdí

bőr
awọ

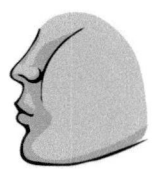

orca
ẹ̀rẹ̀kẹ́

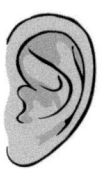

fül
etí

ajak
ètè

száj

ẹnu

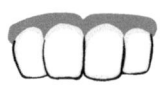

fog

eyín

nyelv

ahọn

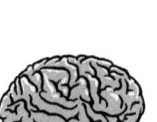

agy

ọpọlọ

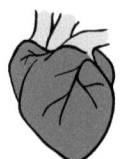

szív

ọkàn

izom

iṣan

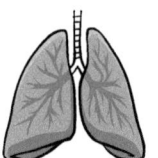

tüdő

ìfun

máj

ẹ̀dọ̀

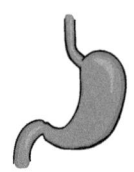

gyomor

ikùn

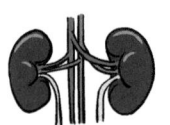

vese

kíndìrín

szex

ìbálòpọ̀

kondom

rọ́bà àbò

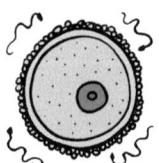

petesejt

ofumu

sperma

àtọ̀

terhesség

oyún

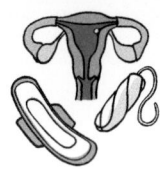  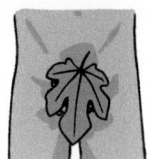

menstruáció	vagina	pénisz
ǹkan oṣù	òbò	okó

  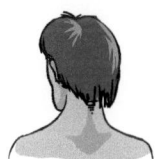

szemöldök	haj	nyak
ìpénpéjú	irun	ọrùn

kórház
ilé ìwòsàn

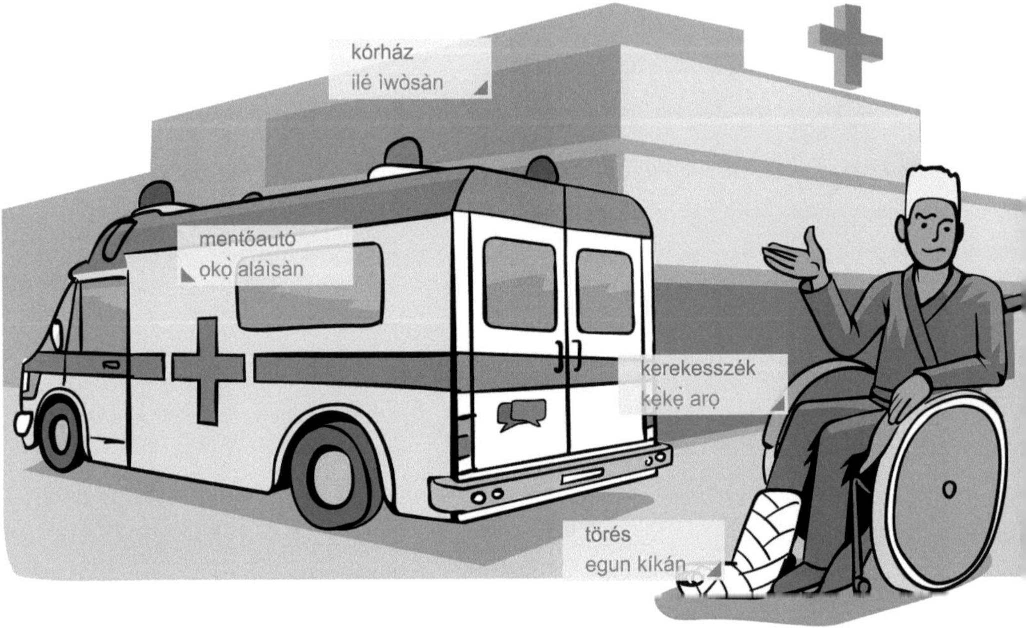

- kórház / ilé ìwòsàn
- mentőautó / ọkọ̀ aláìsàn
- kerekesszék / kẹ̀kẹ́ arọ
- törés / egun kíkán

orvos
dókítà

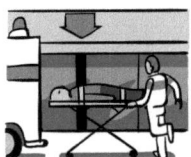

sürgősségi osztály
yàrá pàjáwìrì

ápoló
nọ́ọ̀sì

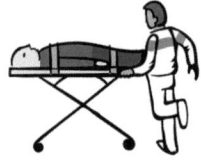

vészhelyzet
pàjáwìrì

eszméletlen
dákú

fájdalom
ìrora

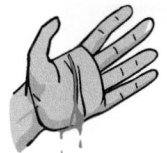
sérülés
egbò

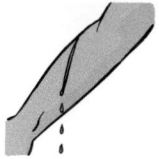
vérzés
ẹ̀jẹ̀ dídà

szívroham
àìsàn ọkàn

szélütés
rọpárọsẹ̀

allergia
àlébù ògùn

köhögés
ikọ́

láz
ibà

influenza
ọ̀finkìn

hasmenés
ìgbẹ́ gburu

fejfájás
ẹ̀fọ́rí

rák
jẹjẹrẹ

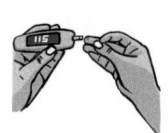
cukorbetegség
ìtọ̀ ṣúgà

sebész
alábẹ

szike
abẹfẹ́lẹ́

műtét
iṣẹ́ abẹ

kórház - ilé ìwòsàn

CT
CT

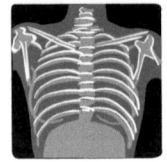

röntgen
x-ray

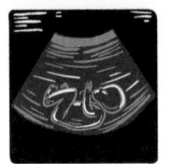

ultrahang
ọtirasandi

arcmaszk
aṣọ ìbòjú

betegség
àrùn

váróterem
yàrá ìdúró

mankó
ọ̀pá

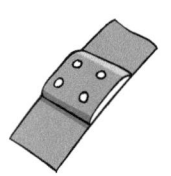

sebtapasz
àlẹ̀mọ́

kötszer
aṣọ àfiwé

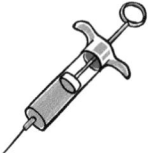

injekció
abẹ́rẹ́

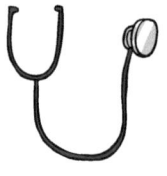

sztetoszkóp
àyẹwò èémì

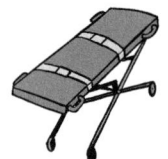

hordágy
àtẹ aláìsàn

klinikai hőmérő
ẹ̀rọ iwọ̀n oru ilé ìwòsàn

születés
ìbí

túlsúly
ìsanrajù

kórház - ilé ìwòsàn

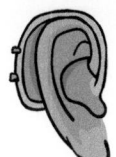		
hallókészülék	fertőtlenítőszer	fertőzés
ẹrọ àfigbọrọ̀	apa kòkòrò	àkóràn

vírus	HIV/AIDS	orvosság
kòkòrò	Àrùn HIV / AIDS	ògùn
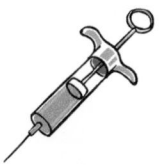	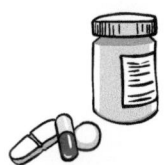	
oltás	tabletták	tabletta
àjẹsára	tabulẹti	ògùn

sürgősségi hívás	vérnyomásmérő	betegség / egészség
ìpè pàjáwìrì	atọpinpin ẹjẹ̀ ríru	àìsàn / lera

vészhelyzet
pàjáwìrì

Segítség! riasztás rajtaütés
Ìrànlọ́wọ́! ìtanìjí ìluni

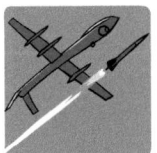

támadás veszély vészkijárat
ìdójukọ ewu ìjáde pàjáwìrì

tűz! tűzoltókészülék baleset
Iná! panápaná ìjàmbá

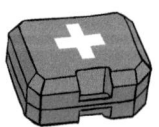

elsősegélycsomag SOS rendőrség
àpótí ìtọ́jú aláìsàn SOS ọlọ́pàá

föld
Ayé

Európa
Yuropu

Észak-Amerika
North Amerika

Dél-Amerika
South Amerika

Afrika
Afirika

Ázsia
Esia

Ausztrália
Osirelia

Atlanti-óceán
Atlantic

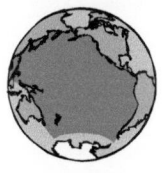

Csendes-óceán
Pacific

Indiai-óceán
Indian Ocean

Déli-óceán
Antarctic Ocean

Jeges-tenger
Arctic Ocean

Északi-sark
Òpó Ìlà Òrùn

Déli-sark
Òpó Ìwọ̀ Òrùn

Antarktisz
Antarctica

föld
Ayé

  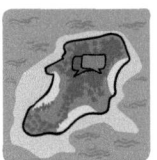

szárazföld
ilẹ̀

tenger
òkun

sziget
erékùsù

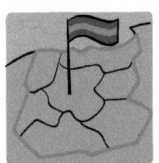 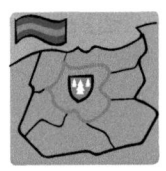

nemzet
orílẹ̀-èdè

állam
ìpínlẹ̀

óra
aago

számlap

ojú aago

kismutató

ọwọ́ wákàtí

nagymutató

ọwọ́ ìṣẹ́jú

másodpercmutató

ọwọ́ ìṣẹ́jú àáyá

Mennyi az idő?

Kínni aago sọ?

nap

ojọ́

idő

àkókò

most

báyìí

digitális óra

aago onínọ́mbà

perc

ìṣẹ́jú

óra

wákàtí

hét
ọsẹ̀

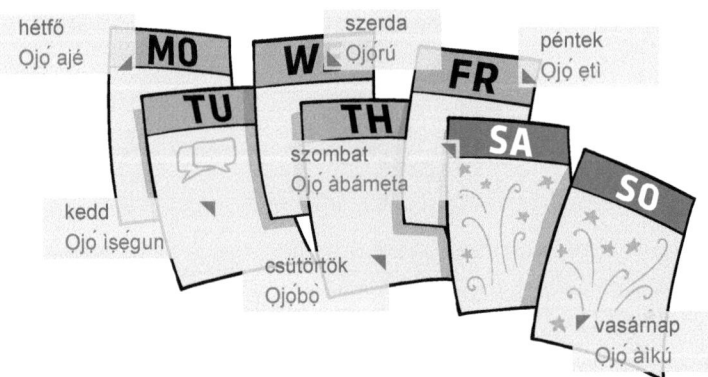

hétfő
Ojọ́ ajé

szerda
Ojọ́rú

péntek
Ojọ́ ẹtì

kedd
Ojọ́ iṣẹ́gun

szombat
Ojọ́ àbámẹ́ta

csütörtök
Ojọ́bọ

vasárnap
Ojọ́ àìkú

tegnap
àná

ma
òní

holnap
ọla

reggel
àárọ̀

dél
ọ̀sán

este
ìrọlẹ́

hétköznap
àwọn ojọ́ iṣẹ́

hétvége
ìparí ọsẹ̀

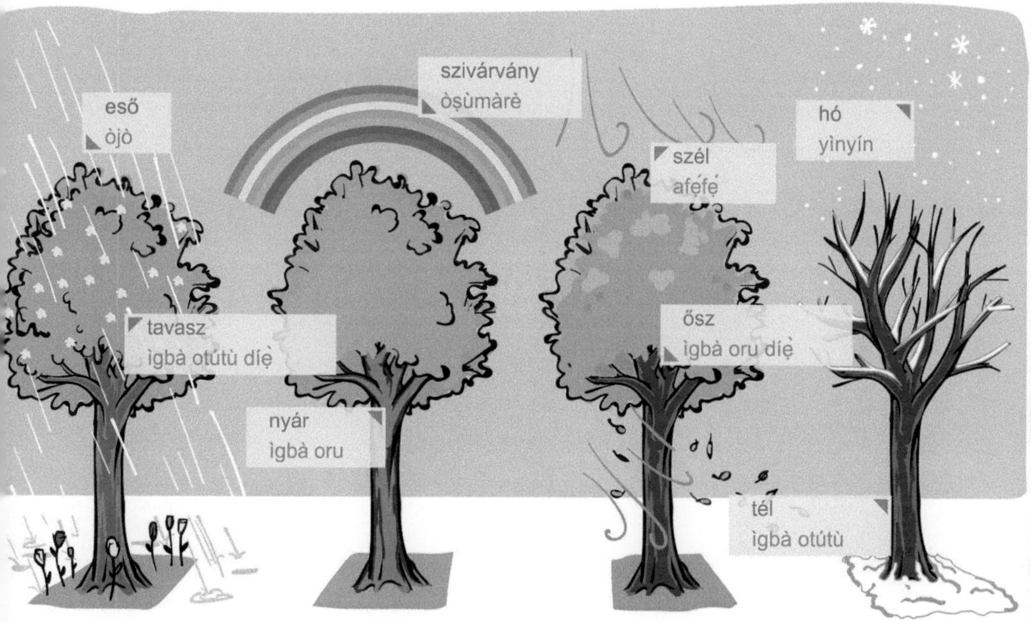

év
ọdún

- eső / òjò
- szivárvány / òṣùmàrè
- szél / afẹ́fẹ́
- hó / yìnyín
- tavasz / ìgbà otútù díẹ̀
- nyár / ìgbà oru
- ősz / ìgbà oru díẹ̀
- tél / ìgbà otútù

időjárás előrejelzés
ìsọtẹ́lẹ̀ ojú-ọjọ́

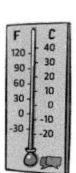

hőmérő
ẹ̀rọ ìwọ̀n oru

napsütés
ìtànsán òrùn

felhő
òfurufú

köd
ọ̀pọ̀lọ́

páratartalom
ọgìnniti

év - ọdún

villámlás
iná

mennydörgés
àrá

vihar
ìjì

jégeső
kùrukùru

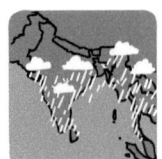
monszun
afẹ́fẹ́

áradás
àgbàrá

jég
omi dídì

január
Oṣù kínní

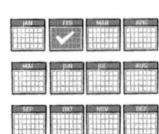
február
Oṣù kejì

március
Oṣù kẹẹ̀ta

április
Oṣù kẹẹ́rin

május
Oṣù kaàrún

június
Oṣù kẹfà

július
Oṣù keèje

augusztus
Oṣù keẹ̀jọ

év - ọdún

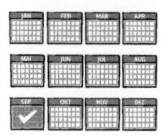
szeptember
Oṣù kẹẹ́sán

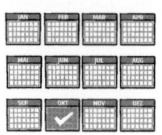
október
Oṣù keẹ̀wá

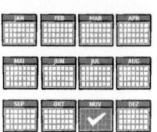
november
Oṣù kokànlá

december
Oṣù kejìlá

alakzatok
àwọn ìrísí

kör
róbótó

négyzet
onígun mẹ́rin dọ́gba dọ́gba

téglalap
onígun mẹ́rin

háromszög
onígun mẹ́ta

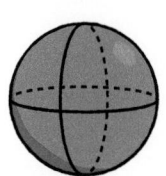
gömb
sifia

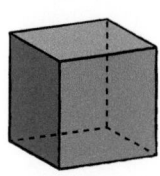
kocka
kubu

színek
àwọn àwọ̀

fehér
funfun

sárga
yẹlo

narancs
olómi ọsàn

rózsaszín
pinki

piros
pupa

lila
pọpu

kék
bulu

zöld
aláwọ̀ ewé

barna
buranu

szürke
rẹ́súrẹ́sú

fekete
dúdú

ellentétek
òdì

sok / kevés
ọ̀pọ̀ / níwọ̀nba

mérges / nyugodt
bínnú / farabalẹ̀

szép / csúnya
rẹwà / òbùrẹwà

kezdet / vég
bíbẹ̀rẹ̀ / òpin

nagy / kicsi
ńlá / kékeré

világos / sötét
mọ́lẹ̀ / dúdú

fivér / nővér
arákùnrin / arábìnrin

tiszta / koszos
mímọ́ / dọ̀tí

teljes / nem teljes
parí / àìparí

nappal / éjszaka
ojọ́ / alẹ́

halott / élő
kú / àyè

széles / keskeny
fẹ̀ / tínrín

ehető / nem ehető   gonosz / kedves   izgatott / unott
jíjẹ / àìlèjẹ   ibi / dára   dunnú / sísú

kövér / vékony   első / utolsó   barát / ellenség
tóbi / tínrín   àkọ́kọ́ / ìgbẹ̀yìn   ọ̀rẹ́ / ọ̀tá

teli / üres   kemény / puha   nehéz / könnyű
kún / ṣófo   le / rọ̀   wúwo / fúyẹ́

éhség / szomjúság   betegség / egészség   illegális / legális
ebi / òhùngbẹ   àìsàn / lera   tàpá sófin / bá òfin mu

intelligens / buta   bal / jobb   közel / távol
ọlọ́gbọ́n / òmùgọ̀   òsì / ọ̀tún   tòsí / jìnnà

új / használt
tuntun / àlòkù

semmi / valami
àìsí nkan / níní nkan

idős / fiatal
arúgbó / ọdọ́

be / ki
tàn / kú

nyitva / zárva
ṣí / padé

csendes / hangos
dákẹ́ / pariwo

gazdag / szegény
lọ́rọ̀ / tòsì

helyes / helytelen
tọ̀nà / àìtọ̀nà

érdes / sima
àìdán / dán

szomorú / vidám
banújẹ́ / dunú

rövid / hosszú
kúrú / gùn

lassú / gyors
lọ́ra / yára

nedves / száraz
tutù / gbẹ

meleg / hideg
lọ́wọ́rọ́ / otútù

háború / béke
ogun / àlàfíà

ellentétek - òdì

számok
nọmbà

0 nulla / òdo

1 egy / méní

2 kettő / méjì

3 három / mẹta

4 négy / mẹrin

5 öt / márùún

6 hat / mẹ́fà

7 hét / méje

8 nyolc / mẹjọ

9 kilenc / mẹ́sàán

10 tíz / mẹ́wàá

11 tizenegy / mọ́kànlá

12
tizenkettő
méjìlá

13
tizenhárom
mẹ́tàlá

14
tizennégy
mẹ́rìnlà

15
tizenöt
mẹdogun

16
tizenhat
marundínlógún

17
tizenhét
mẹ́tàdínlógún

18
tizennyolc
méjìdínlógún

19
tizenkilenc
mọ́kàndínlógún

20
húsz
ogún

100
száz
ọgọ́rùún

1.000
ezer
ẹgbẹrún

1.000.000
millió
miliọnu

számok - nọ́mbà

nyelvek
àwọn èdè

angol

Gẹẹsì

amerikai angol

Gẹẹsì Ilẹ̀ Amẹ́ríkà

mandarin kínai

Mandarini Ṣaina

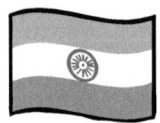

hindi

Hindi

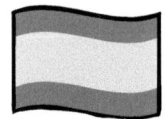

spanyol

Sipaniṣi

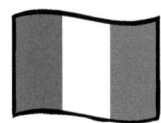

francia

Faransé

arab

Lárúbáwá

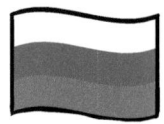

orosz

Rọṣia

portugál

Pọtugi

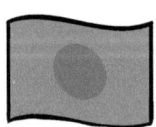

bengáli

Bẹngali

német

Jamani

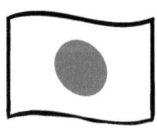

japán

Japanisi

ki / mi / hogyan
tani / kínni / báwo

én
Èmi

te
ìwọ

ő
ọkùnrin / obìnrin / nkan

mi
àwa

ti
ìwọ

ök
àwọn

ki?
tani?

mi?
kínni?

hogyan?
báwo?

hol?
níbo?

mikor?
nígbà wo?

név
orúkọ

hol
níbo

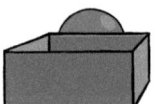

mögött
lẹ́yìn

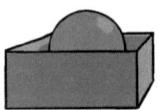

benne
inú

előtte
níwájú

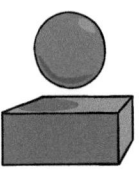

felette
lókè

rajta
lórí

alatta
lábẹ́

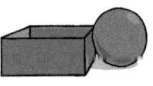

mellett
lẹ́gbẹ̀ẹ́

között
láàrín

hely
ibi